ગિરનાર

મિહિર જાગૃતિ વોરા

આ પુસ્તક હું મારા માતા પિતા , મોટા ભાઈ ભાભી અને નાની પ્રિય ભત્રીજી ને અર્પણ કરું છું .

સામગ્રી

પ્રસ્તાવના

મિત્રો આ પુસ્તક માં મેં ગુજરાત નું ગૌરવ લેખાતા ગિરનાર પર્વત ના ઇતિહાસ ને માત્ર ને માત્ર શબ્દો માં વર્ણન કર્યો છે. આ માટે મેં વિવિધ સંદર્ભ ગુજરાતી વિશ્વકોષ વિકિપીડિયા, વિવિધ ગિરનાર પર્વત ને લગતા લેખ અને લેખકો ના બ્લોગ,વેબ સાઈટ અને વિકિપીડિયા નો સહારો લીધો છે , આમ મેં માત્ર માહિતી આપી છે તેની સૌ નોંધ લેજો એવી વિનંતી છે.

સ્વીકૃતિઓ

આ પુસ્તક માટે મેં વિવિધ લેખ આધારિત માહિતીગુજરાતી વિશ્વકોષ વિકિપીડિયા ,લેખ ને લાગતા આવેલા વિવિધ અખબારી અહેવાલ અને જે તે લેખક ના લેખ ના સંદર્ભો નો સહારો લીધો છે તે સૌ નો હું આભાર માનું છું .

અનુક્રમણિકા

અનુક્રમણિકા

1
ગિરનાર પર્વત

મિત્રો આ પુસ્તક માં મેં ગુજરાત નું ગૌરવ લેખાતા ગિરનાર પર્વત ના ઇતિહાસ ને માત્ર ને માત્ર શબ્દો માં વર્ણન કર્યો છે કોઈ પણ જાતની આકૃતિ કે સંજ્ઞા વગર સરળ ભાષા માં મેં તેનું વર્ણન કર્યું છે , આ માટે મેં વિવિધ સંદર્ભ અને વિવિધ ગિરનાર પર્વત ને લગતા લેખ અને લેખકો ના બ્લોગ વેબ સાઈટ અને વિકિપીડિયા નો સહારો લીધો છે , આમ મેં માત્ર માહિતી આપી છે તેની સૌ નોંધ લેજો એવી વિનંતી છે .

ગિરનાર ગુજરાતનો એક ઊંચામાં ઊંચો અને પવિત્ર ગણાતો પર્વત છે. ભૌગોલિક સ્થાન : 21° 31´ ઉ. અ. અને 70° 30´ પૂ. રે.. તે જૂનાગઢની પૂર્વમાં 3.62 કિમી. દૂર આવેલો છે. ગિરનાર વાસ્તવિક રીતે ગિરિમાળાનો એક સમૂહ છે, જેમાં અનેક ડુંગર-ડુંગરીઓ છે. તેમાં અંબાજી, ગોરખ, ઓઘડ, દત્તાત્રેય તથા કાલિકા એ પાંચ શિખરો મુખ્ય છે.ગિરનાર પર્વત ગુજરાતનાં જૂનાગઢ શહેરથી પાંચ કિલોમીટર ઉત્તરે આવેલ પર્વતોનો સમુહ છે. જ્યાં સિધ્ધ ચોરાસીનાં બેસણાં છે. આ ગિરનાર પર્વતમાં કુલ પાંચ ઉંચા શિખરો આવેલા છે.

જેમાં ગોરખ શિખર 3600, અંબાજી 3300, ગૌમુખી શિખર 3120, જૈન મંદિર શિખર 3300 અને માળીપરબ 1800 ફુટની ઉંચાઈઓ ધરાવે છે. જેથી ગિરનાર પર્વત ગુજરાતનો પણ ઉંચામાં ઉંચો પર્વત છે.

ભૂસ્તરશાસ્ત્રની દૃષ્ટિએ ગિરનાર પર્વતનો આખોય ખડકજથ્થો લેકોલિથ પ્રકારનું સંવાદી અંતર્ભેદન ગણાય છે. આ અંતર્ભેદન તેની આજુબાજુ જોવા મળતા ડેક્કન ટ્રેપ રચનાના લાવા થરોમાં થયેલું હોવાથી વયમાં તેના પછીના સમયનું છે. ગિરનાર પર્વતમાં જોવા મળતો ખડકસમૂહ ઉત્પત્તિસ્થિતિના સંદર્ભમાં નોંધપાત્ર બની રહે છે.

ટ્રેપ ખડકોથી બનેલાં સૌરાષ્ટ્રનાં મેદાનોમાંથી એકાએક ઊપસી આવતો અને ભૂમિદૃશ્યમાં જુદો તરી આવતો આ પર્વત મુખ્યત્વે ગૅબ્રો પ્રકારના બેઝિક અંતર્ભેદિત ખડકોનું સંકુલ રચે છે, જેમાં ગૅબ્રો, લેમ્પ્રોફાયર, લિમ્બરગાઇટ, ડાયોરાઇટ અને સાયનાઇટથી માંડીને ગ્રેનોફાયર જેવા ખડકોનો સમાવેશ થાય છે. આ વિવિધ ખડકપ્રકારોનો એકબીજા સાથેનો સંબંધ તેમજ આજુબાજુના ડેક્કન ટ્રેપ રચનાના પ્રવાહોથી બનેલા પ્રાદેશિક ખડકો સાથેના સંબંધો જોતાં ટ્રેપ ખડકરચના પછીથી થયેલા અંતર્ભેદકો કે અંતર્ભેદકોની શ્રેણીનો નિર્દેશ કરે છે,

જે બેસાલ્ટના જેવા જ બંધારણવાળા ભૂરસ સંચયમાંથી ઉદ્‌ભવેલા છે. અંતર્ભેદન થયા બાદ આ ભૂરસના ધનીભવન દરમિયાન ક્રમશ: સ્વભેદનની ક્રિયા થયેલી છે, જેને પરિણામે ઉપર દર્શાવેલા ખડક પ્રકારો તૈયાર થયા છે. આ ખડકો ગિરનાર પર્વતમાં, તેમજ જૂનાગઢ શહેરની પાસે આવેલી ટેકરીઓમાં સારી રીતે વિવૃત થયેલા જોવા મળે છે.

ગિરનાર ઉપર જવા માટે સોપાન માર્ગ છે. વર્તમાન માર્ગ પાછળથી બંધાયો છે. જૂનો માર્ગ તો જટાશંકર પાસેથી હનુમાનદ્વાર થઈને જાય છે. ઈ. સ. 1161ના એક શિલાલેખમાં જણાવ્યું છે કે શ્રીમાળી રાણીકના પુત્ર આંબાડે પગથિયાં બંધાવ્યાં છે. તે પછી તે તૂટતાં હશે અને નવાં બંધાતાં હશે.

ઈ. સ.1880માં લગભગ આ પગથિયાં તદ્દન નકામાં થઈ જતાં ઈ. સ. 1889માં જૂનાગઢના દીવાન હરિદાસ વિહારીદાસના પ્રમુખપણા નીચે રચાયેલી સમિતિએ લૉટરી કાઢી અને તા. 8–8–1889ના રોજ પ્રથમ ડ્રૉ થયો અને જે નક્કી આવ્યો તેમાંથી પગથિયાં બંધાયાં. તળેટીથી દત્તાત્રેય સુધી બાર હજાર પગથિયાં છે

ગિરનારના પાંચ પર્વતો પર કુલ થઇને 866 મંદિરો આવેલા છે. પત્થરોનાં બનાવેલ દાદરા અને રસ્તો એક ટોચ પરથી બીજી ટોચ પર લઇ જાય છે. લોકમાન્યતા મુજબ ગિરનારના કુલ 9,999 પગથિયા છે. ગુજરાતી ઇતિહાસકાર અને લેખક હિતુ જાદવે પોતાના એક ઇન્ટરનેટ લેખ જય ગિરનાર માં જણાવ્યું છે કે ,સૌ પ્રથમ આવતા ભવનાથ મંદિરમાં શિવની પુજા થાય છે. અહીં ‘નાગા બાવા’ઓ શિવરાત્રી ઉજવવા આવે છે. 4,000 પગથિયા ઉપર પહોંચ્યા પછી પ્રથમ શિખરે પહોંચવા માટે 800 પગથિયા બાકી રહે છે, ત્યારે આવતા સપાટ વિસ્તારમાં જૈન મંદિર પરિસર છે.

12થી 16મી સદી વચ્ચે બંધાયેલા આ મંદિરોમાં એક જગ્યા એવી છે, જ્યાં 700 વર્ષના તપ પછી જૈન ધર્મના 22મા તીર્થંકર નેમીનાથ કાળધર્મ પામ્યા હતા. બીજા 2000 પગથિયા પછી અંબા માતાનું મંદિર આવે છે.હિન્દુઓ, જૈનો તેના દર્શને આવે છે અને નવપરિણિત દંપતિઓ આશીર્વાદ લેવા આવે છે.

છેલ્લા 2000 પગથિયાં માં ડર લાગેછે, પરંતુ શિખર પરથી ભવ્ય દ્રશ્ય જોવા માટે મળે છે. પછી પથરીલો પ્રવાસ ચાલુ રહે છે, 100 પગથિયાં નીચે ઉતરીને 100 પગથિયાં ચડતાં બીજું શિખર આવે છે. છેલ્લે કાળકા માતાનું મંદિર આવે છે, જ્યાં અધોરી બાવા તેમના શરીરે સ્મશાનની ભભૂતિ લગાવે છે.

ગિરનારએ જ્વાળામુખી દવારા બનેલો પર્વત છે. જેના ઉપર સિધ્ધચોરાસી સંતોનાં બેસણા છે. સંતો-શુરાઓ અને સતીઓની આ પવિત્ર ભુમિ છે, કે જેના કણ કણમાં આદિ કવિ નરસિંહ મહેતા,સાહિત્યકારો, કવિઓ અને જગવિખ્યાત ગિરના સાવજ(સિંહ) જગ પ્રસિધ્ધ છે.આવી આ ધરતી પર ઘણા વર્ષોથી યોજાતી પરિક્રમા દર વર્ષે યોજાય છે. જેને લોકોની ભાષામાં લીલી પરિક્રમા કહેવાય છે. ગરવા ગિરનારની ફરતે યોજાતી આ 36 કી.મી. ની ચાર દિવસ પરિક્રમામાં જુદાજુદા સ્થળોએથીલોકો આવે છે.

આ પરિક્રમા કારતક સુદ અગીયારસ થી ચાલુ થાય છે અને પૂનમને દિવસે એટલે કે દેવ દિવાળીનાં દિવસે પુર્ણ થાય છે. આ પરિક્રમા કેટલા સમયથી શરૂ છે, એની કોઈ પાક્કી માહિતી નથી પરંતુ અગાઉના સમયમાં ફકત સાધુ-સંતોજ કોઈ પણ જાતનાં સરસામાન લીધા વિના કરતા હતા અને તે દરમિયાન ભજન ભકિત થતી હતી.

ત્યાર બાદ સમય બદલાતા, આ પરિક્રમા સંસારી માણસો પણ કરવા લાગ્યા જેમાં ભોજન પ્રસાદ થવા લાગ્યો અને સામાજિક સંસ્થાઓ દ્વારા અન્નક્ષેત્ર પણ ચલાવવામાં આવે છે. ગિરનારની આ પરિક્રમા ખૂબ પ્રચલીત છે.

આ પરિક્રમાનું મહત્વ ખાસતો એટલા માટે વધી જાય છે, કારણકે ગિરનાર માં એક સાથે અલગ અલગ પ્રાંત, રીતરીવાજ અને પહેરવેશનાં લોકોની સંસ્કૃતિને જાણવાનો મોકો મળે છે.

શહેરની તમામ સુખ સુવિધાથી , તમામ તણાવથી દુર પ્રકૃતિનાં ખોળે અને જંગલની હરિયાળી વચ્ચે વહેતા ઝરણાઓની સાથે કલરવ કરતા પક્ષીઓ સાથે પ્રકૃતિના ખોળામાં જીવનની ભાગદોડથી રાહત મેળવવા તેમજ તમામ પ્રકારનાં દુ:ખ ભુલીને આવનાર સમયમાં સત્યને પામવા માટે આ પગપાળા પરિક્રમા યોજાય છે.

તે દરમિયાન કેડીઓ, ધુળીયા રસ્તાઓ, ડુંગરો, નાના મોટા ઝરણાઓ, ખીલેલી વનરાઈ અને કુદરતી સૌંદર્ય જે કાશ્મીરની વાડીઓને યાદ કરાવે છે. જે યાત્રિકોને મંત્રમુગ્ધ કરે છે અને આશરે 36 કી.મી.નો પગપાળા રસ્તો કયારે પુર્ણ થઈ જાય છે અને થાક પણ કયાં ગાયબ થઈ જાય છે તે ખબર પડતી નથી.

યાત્રાનાં છેલ્લા દિવસે એટલેકે કારતક સુદ પૂનમે દેવ દિવાળીએ બધા યાત્રિકો ભવનાથ તરફ વળે છે. આમ આ યાત્રાનાં ઘણા યાત્રિકો ગિરનાર ચડે

છે. અને ત્યાં બિરાજમાન બધા દેવસ્થાનોનાં દર્શન કરે છે. તે સિવાયનાં યાત્રિકો ભવનાથ મહાદેવનાં દર્શન કરીને ત્યાંથી દામોદર કુંડમાં સ્નાન કરીને આ યાત્રા પુર્ણ કરે છે.

આમ આ કારતક સુદ અગીયારસથી શરૂ થતી યાત્રા દેવ દિવાળીએ શારિરીક ક્ષમતાની કસોટીરૂપ પરિક્રમા પુરી થાય છે.

15મી સદીના કવિ નરસિંહ મહેતા દામોદર કુંડમાં સ્નાન કરતા હતા અને તેમના મોટા ભાગના પ્રભાતિયાં તેમણે અહીં રચ્યા હોવાનું મનાય છે. પાંચ શિખરો પર આવેલા મંદિરોને જોડતાં પથરીલા માર્ગ પર આગળ વધતાં હિન્દુ ધર્મના વિવિધ સંપ્રદાયના અસંખ્ય મંદિરો જોવા મળે છે.

તમામ ધર્મોના સ્થપત્યો અહીં જોવા મળે છે. મને તો ગિરનાર એટલે સર્વ ધર્મના મિલન ની જગ્યા જ લાગે.જીવનમાં એકવાર ગિરનારના દર્શન અવશ્ય કરજો.અને આવનારી પેઢીને આપણાં અતુલ્ય વારસા થી માહિતગાર કરજો.

ગરવાગઢ ગિરનારના પહાડોમાં અનેક ગુફાઓ અને ગુપ્તસ્થાનો છે, જેના કારણે ગિરનાર ધણા સ્થાને ખૂબ પોલો હોવાનું જણાય છે. આ પર્વતોમાં અનેક સંતો, મહંતો, સિદ્ધો, યોગીઓ, અનેક અધોરીઓ અને મહાત્માઓએ વસવાટ કરી અનેક સાધનાઓને સિદ્ધ કરેલ છે.

આજે પણ અનેક વિભૂતિઓ આ ગિરનારની ગુફાઓમાં અત્માધ્યાનમાં લીન રહી કરી રહ્યા હોવાનું જાણવા મળેલ છે, જેની ઉંમર ૧૦૦-૨૦૦-૩૦૦ એમ સેંકડો વર્ષની પણ હોય છે. જૈન ગ્રંથો તથા અન્યધર્મગ્રંથોમાં પણ યક્ષાદિ અનેક આત્માઓ ગિરનારમાં વસતા હોવાનો ઉલ્લેખ આવે છે.

આ સંતો, મહંતો, સિદ્ધો, યોગીઓ તથા યક્ષાદિ આત્માઓની અનેક વાર્તાઓ અને ચમત્કારોની વાતો આજે પણ લોકમુખથી જાણવા મળે છે, જેમાંથી કેટલીક વાતો અહીં જણાવેલ છે.

જુનાગઢના ગોરજી કાંતીલાલજીના કહેવા પ્રમાણે જુનાગઢના કેટલાક ભાઈઓએ ગધ્ધેસિંહના ડુંગરમાં જઈ ગધૈયાના સિક્કાઓ એકઠા કરી ગાંસડી બાંધીને બોરદેવીના મુકામે આવ્યા, તે વખતે બોરદેવીમાં ઉપસ્થિત બાવાને તેઓએ હેરાન કર્યો તેથી બાવાનો ક્રોધ આસમાને ચડતાં કેટલાક તો ગાંડા થઇને ત્યાંને ત્યાં જ મૃત્યુ પામ્યા, કેટલાક ભાગી છુટતાં રસ્તામાં મૃત્યુ પામ્યા અને કેત્લાકતો જુનાગઢમાં પહોચ્યાં પછી મૃત્યુ પામ્યા હતાં.

ગોરજી કાંતીલાલજી કહેતા કે ગિરનાર ઉપર પથ્થર ચટ્ટીની જગ્યામાં રહેતા હરનાથગર નામના અધોરીએ એકવાર કોઈ બ્રાણના પુત્રને ઉપાડી લાવીને તેનું ભક્ષણ કર્યું હતું. તે બ્રાણ પુત્રને શોધતાં શોધતાં ગિરનાર ઉપર આવ્યો પરંતુ પુત્ર ન મળવાથી અત્યંત દુઃખી હ્રદયે તે ગિરનારના અધિષ્ઠાયક દેવોને પ્રાર્થના

કરે છે. બ્રાણના આક્રંદથી તુષ્ટ થયેલ વરદત્ત શિખરના અધિષ્ઠાયક દેવ જાગૃત થયા, તેમની સહાયથી પેલો બ્રાણપુત્ર પુનઃ જીવિત થયો અને અધિષ્ઠાયક દેવે તે અઘોરીને લાકડી વડે ખૂબ માર મારતાં તે અઘોરી લંગડો થઇ ગયો, ત્યારબાદ ઘણા અઘોરીઓ ગિરનાર છોડીને ચાલ્યા ગયા.

ગિરનારના શ્રી નેમિનાથ દાદાની પૂજા કરનાર આરાધક આત્માઓ ધન્ય બની જાય છે, અરે!! બાલ બ્રહ્મચારી નેમિપ્રભુના દર્શન-પૂજનથી કેટલાય આરાધકોએ વાસનાઓનું વમન થતું હોવાનો અનુભવ કર્યો છે, આજે અનેક મુમુક્ષુ આત્માઓ દિક્ષાપૂર્વે શ્રીનેમિપ્રભુ તથા દીક્ષા કલ્યાણકભૂમિના દર્શન-પૂજન-સ્પર્શન દ્વારા સંયમ અંગીકાર કરવામાં નડતાં અંતરાયોને તોડવા માટે સમર્થ બને છે. કેટલાય આત્માઓ આ ગિરનારની ભક્તિ કરી બ્રહ્મચર્યવ્રત અંગીકાર કરી આત્મારાધનામાં લીન બન્યા છે.

એક સાધક આત્મા ગિરનારના અમિઝરા પાર્શ્વનાથ ભગવાનના ભોંયરામાં સાધના કરવા અનેકવાર આવતાં હતા, ત્યારે એક રાત્રીએ ભોંયરામાં જાપ-ધ્યાનની આરાધનામાં લીન હતા અને ભોંયરાનો દરવાજો પૂજારી બહારથી બંધ કરી ગયા હતા ત્યારે આકાશમાર્ગેથી એક દિવ્યપ્રકાશનો પૂંજ ભોંયરામાં ઉતરતો જોયો અને થોડીવાર તે પ્રકાશના પૂંજમાંથી બે ચારણમુનીઓ અવતરતાં દૃશ્યમાન થયા, થોડીવાર અમિઝરા પાર્શ્વનાથ ભગવાનની ભક્તિ કરી ત્યારબાદ તે ચારણમુનીઓ અત્યંત તેજગતિએ આકાશ ભણી ગમન કરતાં નિહાળ્યા હતા.

એક મહાત્માએ ગિરનારની ૯૯ યાત્રા કરતાં કરતાં એકવાર એક વિશિષ્ટ ગુફામાં પ્રવેશ કર્યો ત્યાં અત્યંત શાંત, તેજસ્વી, કદાવરદાર દેહધારી, તેજ વર્તુળવાળા એક દિવ્યસંતના દર્શન કર્યા અને તેમના સ્વમુખે ગિરનાર મહાતીર્થનું અલૌકિક માહાત્મ્ય સાંભળ્યું હતું.

ગિરનાર ઉપરની શ્રી પ્રેમચંદજીની ગુફામાં ઘણા મહાત્માઓએ ધ્યાન ધરેલ છે, શ્રી પ્રેમચંદજી મહારાજ યોગ વિદ્યામાં પ્રવીણ હતા. એકવાર પોતાના ગુરુભાઈ શ્રી કપુરચંદજીને શોધવા માટે તેઓ ગિરનારની આ ગુફામાં આવીને રહ્યા હતા. શ્રી કપુરચંદજી મહારાજ પાસે અનેકરૂપને ધારણ કરવાની તથા એક સ્થળેથી બીજા સ્થળે ઉડી જવાની આકાશગામિની વિદ્યા હતી.

સં. ૧૯૪૩ માં ગિરનાર ઉપર એક યોગી એક પ્રબુદ્ધ લેખકને પોતાની ગુફાનું પાષાણનું દ્વાર ખોલીને અંદર લઇ ગયેલા ત્યારબાદ તે લેખક અનેકવાર તે સ્થળે જઈને તે દ્વારની તપાસ કરતાં, પરંતુ ત્યાં ખડકની શિલા સિવાય બીજું કાઇ નહોતું મળતું.

એકવાર કેટલાક આરાધકો શ્રી નેમિનાથ દાદાની દેરાસરની બહારની ધર્મશાળાની રૂમોમાં જાપની આરાધના કરી રહ્યા હતાં. ત્યારે શ્રી નેમિપ્રભુના

જિનાલયમાંથી એકધારો ઘંટનાદ સંભળાતો હતો.

કેટલાક સાધ્વીજી ભગવંતો શ્રી નેમિનાથ ભગવાનનું દેરાસર માંગલિક થયા બાદ બહાર રહેલા શાસનઅધિષ્ઠાયિકા અંબિકાદેવીની દેરી પાસે આરાધના કરી રહ્યા હતા ત્યારે દાદાના દરબારમાંથી લગભગ પોણા કલાક સુધી સતત નૃત્યોના નાદ અને ઝાંઝરના-ઝમકારના દિવ્યધ્વનિનું ગુંજન સંભળાતું હતું.

વિ.સં. ૨૦૩૧ ના કારતક માસમાં એક આરાધક આત્માએ ખુબ ભાવપૂર્વક શ્રી નેમિનાથ ભગવાનની પ્રતિમાને પ્રક્ષાલ કર્યો પછી અંગલુંછણા વગેરેથી બધું કોરું કરી દેવા છતાં જ્યારે પૂજા કરવા ગયા ત્યારે પ્રભુજીના ચરણકમલમાંથી લગભગ ચારેક વાટકી ભરાય તેટલું દિવ્યસુગંધી નવણજલ ઝર્યું હતું.

આ ગિરનારની ઔષધીના અચિંત્યપ્રભાવથી છેલ્લા સેંકડો વર્ષોમાં અનેક મહાપુરુષો આકાશગમન દ્વારા તીર્થયાત્રા કરતાં હતા.

એકવાર એક યોગીપુરુષને જીવતાં સળગાવી દેવામાં આવ્યા હોવા છતાં તે મહાત્માએ ભડભડ બળતાં અગ્નિમાંથી સહજતાપૂર્વક બહાર નીકળીને કલકત્તાના અંગ્રેજ ગવર્નરને આશ્ચર્ય પમાડી દીધા હતાં.

ગિરનારની ગુફામાં વસતાં નાગાબાવાઓ મહાશિવરાત્રિના મેળાના અવસરે અનેકવિધ અકલ્પનીય યોગના દાવો દ્વારા સૌને આશ્ચર્યમુગ્ધ કરતાં હોય છે. આજે પણ એવા ઘણા અધોરીઓ ગિરનારની ગુફામાં વસે છે જે મહાશિવરાત્રિના મેળાના અવસરે ભવનાથ મંદિરના દર્શનાર્થે આવે છે પછી મૃગીકુંડમાં સ્નાન કરવા પડે છે અને પાછા બહાર નીકળતા જોવા મળતા નથી

ઈ.સં. ૧૮૮૯-૧૮૯૦ માં વંથલી તાલુકાના સેલરા ગામના એક આહિરના પુત્રને તેના ખેતરમાંથી આકાશમાર્ગે આવેલા કોઇ સાધુ પોતાની પાછળ તે બાળકને ઉપાડીને ગિરનાર ઉપર લઇ જતા હતા, એક ગુફામાં ત્રણ દિવસ રાખીને પાછો મુકી જતા હતાં ત્યારે પોલીસ તપાસ થતી પરંતુ તે વખતના નવાબ રસુલખાને હવે આ છોકરો સહિસલામત પાછો આવી ગયો હોવાથી તે સાધુઓની શોધ કરવા માટે વિશેષ ઊંડા ઉતરવાની જરૂર નથી તેવું કહીને તપાસ બંધ કરવા માટે આજ્ઞા કરી હતી.

એકવાર એક બાવાએ જંગલમાં કોઈ રસકુપિકાની શોધ કરીને તેમાંથી રસ લઈને એક તુંબડીમાં ભરી દીધો હતો, રાત્રે કોઈ સોનીને ત્યાં રોકાણ કરી બીજા દિવસે સવારે ઉઠીને તે પોતાના રસ્તે ચાલી નીકળતો હતો. સોનીના ઘરમાં જ્યાં જ્યાં તુંબડીમાં રહેલા રસના છાંટા હતા તે તે વસ્તુઓ સોનાની બની ગઇ હતી. આ ઘટનાનો ખ્યાલ આવતાં સોનીએ તાત્કાલિક તે બાવાને શોધવાના પ્રયત્નો કર્યા પરંતુ તે બાવાનો કોઈ પત્તો ન લાગ્યો.

મહાદુઃખમય એવા સંસારમાં રોગથી પીડાતા કોઈ માણસે આપઘાત કરવા અંબાજીની ટૂંકથી પડતું મુક્યું પરંતુ નસીબજોગે કોઈ હરડેના ઝાડ પાસે પડવાથી તે થોડો સમય ત્યાંજ પડ્યો રહેવાથી હરડેના ઝાડની અસરથી તેને વારંવાર સંડાસ જવાનું થતાં તેનો બધોજ રોગ દૂર થઇ ગયો. આ વાત તેણે જુનાગઢના તે વખતના ગોરજી લાધાજી જયવંતજીના ગુરુને કરી ત્યારે તેમણે પણ તે હરડે લાવીને નવાબ સાહેબની દવામાં ઉપયોગ કર્યો. ટૂંક સમયમાં નવાબ સાહેબનો દીર્ઘકાલીન રોગ પણ ગાયબ થતાં તે તંદુરસ્ત સ્વાસ્થયને પામ્યા હતાં.

એકવાર કેટલાક યાત્રિકો ગિરનારમાં ભૂલા પડ્યા ત્યારે કોઈ યોગીની ગુફા પાસે આવી પહોંચ્યાં હતા. યોગી મહાત્માએ તેમને સાંત્વન આપીને કોઈ ઝાડના પાંદડાઓ ખાવા આપ્યા. તે પાંદડા તેમને પાપડ જેવા લાગ્યા અને તેનાથી તેમની ભૂખનું શમન થઇ ગયું. ત્યારબાદ તેમની ઉપર પાટા બાંધીને કોઈક રસ્તે છૂટા મૂકી દીધા ત્યારે તે સ્વાભાવિક જ પોતાના સ્થાન ઉપર પાછા પહોંચી ગયા હતાં. બીજા દિવસે જયારે તે યાત્રિકોએ તે ગુફાની શોધ કરી ત્યારે તેમને તે સ્થાન જોવા ન મળ્યું.

એકવાર એક કઠીયારાએ રતનબાગમાં કોઈ વાંદરાને કુહાડી મારી, તે કુહાડી જોગાનુજોગ કોઈ કુંડમાં પડવાથી સોનાની થઇ ગઈ, તે સ્થાનની ચોક્કસ નિશાની રાખીને તે કઠીયારો બીજે દિવસે તે સ્થાન શોધવા લાગ્યો ત્યારે પોતાની કરેલી નિશાની ન મળતાં તે રસ્તામાં ભૂલો પડી ગયો હતો.

કાળી ટેકરીની આગળની ટેકરીને વલ્મિકી ઋષિની ટેકરી કહે છે. તે સ્થાનની આગળ જટાશંકર જવાનો રસ્તો આવે છે, તે માર્ગમાં પ્રથમ 'પુતળીઓ ગોળો' નામની જગ્યા આવે છે. તે સ્થાન ઉપર ચોખાના આકારના પથરાઓ જોવા મળે છે.

ગબ્બર અથવા ગધ્ધેસિંહનો ડુંગર પાંચમીટૂંકના નૈરૂત્યખૂણામાં છે, ત્યાં શાશ્વતી પ્રતિમાઓ છે પરંતુ તેમાં કુંજ દ્રહ નામનો ઝરો છે તેને તાંતણીયો ધરો પણ કહેવાય છે. આ ધરામાં રતનબાગમાંથી શુદ્ધ નિર્મળ જળ આવે છે અને અગાધ હોવાથી તેનો કોઈ પાર આવતો નથી તેથી તે શાશ્વતી પ્રતિમાના સ્થાન સુધી કોઈ પહોંચી શકતું નથી. આ તાંતણીયો ધરો બીલખા તરફ થઈને હોજતને મળે છે.

ગબ્બર અને દાતારના ડુંગરની વચ્ચે નવનાથ, ૮૪ સિદ્ધની ટેકરી છે, તેને હાલ ટગટગીઆનો ડુંગર કહે છે. આ ટગટગીઆના ડુંગરથી રત્નેસર અને ત્યાંથી કાળીના મુકામે જવાય છે. આ ડુંગરમાં પૂર્વે ધણા અઘોરીઓ રહેતા હતાં.

ગિરનારના માર્ગમાં આવેલા દામોદરકુંડના પાણીમાં નાંખવામાં આવેલા હાડકાં આપમેળે ઓગળી જાય છે અને તેમાં ભસ્મ નાંખવામાં આવે તો પણ તે પાણી શુદ્ધનું શુદ્ધ જ રહે છે.

ગિરનારના સહસાવન તરફના પોલા આંબાના વૃક્ષ પાસે એક ઝરણું વહેતું હતું. એક માણસ તે ઝરણાનું પાણી લેવા નીચે વળીને પાછો ઉભો થાય છે ત્યારે એક મહાકાય માનવ જેવી આકૃતિ તેની સામે જોઇને અટ્ટહાસ્ય કરી રહી હતી. તે દૃશ્ય જોઇને પેલો માણસ ગભરાટ સાથે ત્યાંથી ભાગી છુટ્યો હતો.

ગિરનારમાં એવી વનસ્પતિ છે જેના મુળિયાને રાંધીને ખીચડી બનાવીને ખાવાથી છ-છ માસ સુધી માણસની ભૂખ ખલાસ થઇ જાય છે.

ગિરનારમાં એવી વનસ્પતિ છે જેમાંથી દુધ નીકળે છે. તે દુધના ૩-૪ ટીપાં આપણા સાદા દુધમાં નાંખવામાં આવે તો પાંચ જ મિનીટમાં તે દહીં બની જાય છે.

એકવાર યાત્રાળુઓ ગિરનાર ચઢી રહ્યા હતા ત્યારે સવારના સમયે કોઇ ઝાડીની ડાળી તોડીને દાતણ કરવા લાગ્યા અને થોડી જ વારમાં બધા દાંત પડી ગયા.

જુનાગઢ ગામના એક શ્રાવક તથા તેના મિત્ર રતનબાગ તરફ જવાના માર્ગે આગળ વધી રહ્યા હતા, ત્યાં સામે આવેલી ઝાડીને હાથથી થોડી દૂર કરવાનો પ્રયાસ કરે છે ત્યાંતો ડાળી જાણે કે કોઇનો હાથ ન હોય! તેમ તે વ્યક્તિના મુખ ઉપર જોરથી લાફો મારી ત્યારે તેમના આગળના ચાર દાંત પડી ગયા હતાં.

ગિરનારમાં કોઇ યાત્રિક રસ્તો ભૂલી ગયો હશે ત્યારે તેને સામે જ કોઇ સંન્યાસી મળ્યો અને પૂછ્યું, "બેટા! ક્યાં રાસ્તા ભૂલ ગયા હૈ? તેણે હા પડતાં પોતાની પાછળ પાછળ લઇ ગયો અને એક શિલાને હાથથી ખસેડતાં અંદર એક ગુફા હતી. અંદર જઇને પોતાની લાબ્ધિથી ભોજન હાજર કરીને તે યાત્રિકને ખવડાવે છે. પછી તે યાત્રિકને ચાલવાનું કહેતા તે આગળનો આગળ ચાલતાં બે દિવસે ઉપલેટા ગામ પાસેથી બહાર નીકળ્યો હતો.

એક યાત્રિક માર્ગ ભૂલી જતાં મુંઝવણમાં મુકાય છે ત્યારે શણગાર કરેલી એક સ્ત્રી તેને માર્ગ ચીંઘે છે. તે આગળ ચાલવા માંડે છે ત્યારે તેને આગળ માર્ગ દેખાય છે. તે સમયે પાછળ જોતાં પેલી શણગાર સજેલી સ્ત્રી અલોપ થયેલી હતી.

.ગિરનારમાં સામાન્ય ઉગતાં વૃક્ષો ઉપરાંત 40થી વધુ જાતનાં વિશિષ્ટ પ્રકારનાં વૃક્ષો થાય છે અને અસંખ્ય જાતના ઔષધ માટે ઉપયોગી થાય એવા છોડવા તથા વેલા પણ થાય છે.

ગિરનારમાં પાલતુ પશુઓ ઉપરાંત દીપડા, રોઝ, ભૂંડ, સાબર, હરણ, શિયાળ, ધોરખોડિયાં, શાહુડી વગેરે રાની પશુઓ પણ દેખાય છે.

આમ તો જૂનાગઢમાં ઘણા બધા પૌરાણિક સ્થળ આવેલા છે પણ એમાં સૌથી પ્રખ્યાત ગિરનાર પર્વત છે.આમાં ગિરનારનો તો ઇતિહાસ ખુબ મોટો અને પૌરાણિક છે.ગિરનાર પર્વતનાં ઘણા પણ નામો છે ગિરિનગર અને રૈવતક પર્વતના નામે પણ ઓળખાઈ છે.

સૌરાષ્ટ્રમૌર્ય વંશ, ગ્રીક, ક્ષત્રપ અને ગુપ્ત વંશોનો ઇતિહાસ ઉજળો છે. મગધના નંદવંશનો નાશ કરી, ગણરાજ્યોને ખતમ કરી, ભારતને એકચક્રી બનાવનાર ચંદ્રગુપ્ત મૌર્યે ઈ.સ. પૂર્વે ૩૨૨ પછી સૌરાષ્ટ્ર જીતી લીધું. આમ તે સમયમાં સૌરાષ્ટ્રના પાટનગર જૂનાગઢ (ગિરિનગર)માં પુષ્યગુપ્ત નામનો પોતાનો સુબો મુક્યો હતો.

પુષ્યગુપ્તે સુવર્ણસિકતા નદી પર સુદર્શન નામનું સરોવર બંધાવ્યું હતું. સમ્રાટ અશોકના તુસાચ્ય નામના સૂબાએ તેમાં નહેરો ખોદાવી સિંચાઈનું કાર્ય કર્યું હતું. સ્કંદગુપ્તના પર્ણદત્ત નામના સૂબાએ અતિવૃષ્ટિના કારણે તૂટી ગયેલા સુદર્શન તળાવને ફરી બંધાવ્યું. આ મૌર્ય વંશના રાજાઓ એ કોતરાવેલ શિલાલેખો દ્વારા ગિરનાર પર્વતને જગતમાં પ્રસિધ્ધિ અપાવેલ છે. મૌર્યકાળમાં ગિરનાર પર્વતને ઉજ્જયંત, રૈવત, રૈવતક અને જુનાગઢ શહેરને ગિરિનગર, જીર્ણદુર્ગ નાં નામથી ઓળખાતા હતાં.

આમ સમયનાં વહેણની સાથે જુનાગઢ ઉપર ઘણા રાજાઓએ રાજ કર્યું. ઈ.સ.૧૧૫૨ની આસપાસ ત્યાનાં રાજા કુમારપાળે ગિરનાર ચડવા માટે વ્યવસ્થિત પગથિયા બનાવ્યા હતાં. ત્યાર બાદ સમયનાં પરિવર્તનની સાથે અત્યારે ખૂબજ સારા પગથિયાનું નિર્માણ થયેલ છે.

ગિરનાર પર્વતની સામે જ દશ-અગિયારમી સદીથી અકબંધ ઉભેલો ઉપરકોટનો કિલ્લો પણ ગિરનારનું નજરાણું છે. રાજા રાગ્રહરિપુએ બંધાવેલા આ કિલ્લાએ સોરઠનાં સતાપલટા અનેકગણા ખંડન-મંડન નિહાળ્યા છે. એક એવી કથા પણ અહીં પ્રચલિત છે કે જયારે સિદ્ધરાજ જયસિંહએ જૂનાગઢ પર ચડાઇ કરી અને ત્યાંના રાજા રા'ખેંગારને મારી તેની રાણી રાણકદેવીને લઇ જતો હતો, ત્યારે સતી રાણકદેવીએ ગિરનારને કહ્યું કે,

ગોઝારા ગિરનાર, વળામણ વેરીને કિયો ?
મરતા રા'ખેંગાર, ખડેડી ખાંગો ન થિયો ?

અર્થાત: *તારોરાજાહણાયોછતાંતુંહજીઉભોછે?* આ વખતે ગિરનાર પડવા માંડ્યો અને રાણકદેવીએ તેને પડતો રોકવા કહ્યુ કે 'પડમા પડમા મારા આધાર'. ગિરનાર ત્યારે સ્થિર થઇ ગયો અને તેની ઘણી શિલાઓ પડતા પડતા રોકાઇ ગઇ હોય તેવી દેખાય છે. ઉપરકોટ અને નીચલો કોટ આ શિલાઓ જોવા માટેના સ્થળ છે.

આ વાત સદીઓ પહેલાની છે કે જ્યારે ગુજરાતને વિજય બનાવીને ઉદયન મંત્રી રણછાવણીમાં પોઢ્યા હતા. પરંતુ યુદ્ધના કારણે તેનું શરીર જખમી બની ગયું હતું. દૂધમાંથી વિજય બનીને પાછા આવતી વખતે તેઓ મૃત્યુ પામ્યા હતા આ સમય દરમિયાન તેણે પોતાના પુત્રને એક પત્ર આપ્યો હતો.

જ્યારે તેના પુત્ર આ સંદેશ વાંચ્યો ત્યારે તેમાં જણાવ્યું હતું કે "મારી ઈચ્છ એ છે કે શેત્રુંજય પર યુગાદિદેવ મંદિરનું હું નવસર્જન કરુ અને ગિરનાર તીર્થ પર હું પગથિયાં કંડારું." પિતાનો આ સંદેશ વાંચીને તેના પુત્ર બાહડ મંત્રીએ શેત્રુંજય પર યુગાદિદેવનું મંદિર બનાવડાવ્યું. તેમને મહામાત્ય ઉદયનની એક ઈચ્છ તો પૂરી કરી. પણ હવે ગિરનાર તીર્થ પર પગથિયાં બનાવવાનું બાકી હતું. એ ઈચ્છ પૂરી કરવાની બાકી હતી.

તેના પિતાના જણાવ્યા અનુસાર બાહડ મંત્રી ગીરનાર પર પગથિયા બનાવવા માટે જૂનાગઢ આવ્યા. અહીં તેઓએ પર્વત ઉપર ઉંચી ખડકો અને ભેખડો જોઈ. તેઓએ પર્વતનો વિરાટ ઘેરાવો અને વાદળ સાથે વાત કરતાં શિખરો જોયા. તેઓ આ બધું જોઈને શરૂઆતમાં મૂંઝાઈ ગયા કે આટલા બધા વિરાટ પર્વત ઉપર રસ્તો કઈ રીતે બનાવો. તેઓની સાથે આવેલા શિલ્પીઓએ ઘણી બધી મહેનત કરી પરંતુ કોઈને સમજાતું ન હતું કે રસ્તાની શરૂઆત ક્યાંથી કરવી.

બાહડ મંત્રીએ ખૂબ જ વિચાર્યું અને ખૂબ માથાફૂટ કરી તેમ છતાં તેને સમજાતું ન હતું કે ગિરનાર માટેનો રસ્તો ક્યાંથી પસાર કરવો. ત્યારબાદ તેને ગિરનારની રક્ષા કરનાર મા અંબા ની યાદ આવી. તેઓ સંકલ્પ કરીને માતા અંબાના ચરણોમાં બેસી ગયા. તેના મનમાં માત્ર એક જ વાત હતી કે એ માતા તું મને રસ્તો બતાવો કે હું કેવી રીતે ગિરનાર ચડવા ના પગથિયા બનાવી શકુ. જેથી હું મારા પિતા ને આપેલ વચન માંથી મુક્ત થઈ શકું.

તેઓએ માતાના આશિર્વાદ લેવા માટે ઉપવાસ શરૂ કર્યો, દિવસો વીતવા લાગ્યા ત્રણ દિવસ થઈ ગયા મંત્રી ને વિશ્વાસ હતો કે અણધારી રીતે માતા મારી આ સમસ્યાનો ઉકેલ જરૂર લાવશે. અને બન્યું પણ એવું જ તેમનો વિશ્વાસ સાચો ઠર્યો. ત્રીજા ઉપાસના અંતિમ દિવસે માતા અંબા હાજર થયા અને કહ્યું કે હું જે રસ્તે અક્ષત વેરતી જાઉં, એ રસ્તે પગથિયાનું સર્જન કરજે.

આ સાંભળીને મંત્રી ખૂબ ખુશ થયા. વાતાવરણ ની અંદર આનંદ છવાઈ ગયો. માતા અંબિકા ગિરનારમાં મુશ્કેલ રસ્તાઓ વચ્ચે ચોખા કરતા ગયા અને માતાના રસ્તે રસ્તે પગથિયાના ટાકણા પડતા ગયા. એક ક્ષણ તો એવી પણ આવી કે જ્યારે વાતાવરણ ની અંદર ટાંકણાઓનો ધ્વનિ જ ઘૂમી વળ્યો. આટલુ કર્યા બાદ ઋણમુક્તિના આનંદથી બાહડ આનંદિત થઇ ગયો અને ત્રેસઠ લાખના

ખર્ચા પછી ગિરનારના પગથિયાં બન્યા અને ગિરનારના તીર્થની વાટ કઈંક સહેલી થઈ.

ગિરનાર પર્વત પર એશિયાનો સૌથી મોટો રોપ-વે છે .નોંધઃ હાલ રોપ-વે ચાલુ છે અને પર્વત પર મંદિરો ખુલ્લા છે પરંતુ જતા પહેલા સ્થાનિક પ્રસાશન પાસેથી માહિતી લેવી અને કોરોના ગાઇડલાઇનનું પાલન કરવું.

ગિરનાર રોપ-વેની ખાસિયતો

પ્રત્યેક ટ્રોલી કેબિનમાં 8 વ્યકિતની ક્ષમતા ધરાવતી કુલ રપ ટ્રોલી કેબિન આ રોપ-વેમાં કાર્યરત

દર કલાકે બંને તરફ 800 જેટલા યાત્રિકો અવર-જવર કરી શકશે.

રોપ-વેનો કોચ પ્રતિ સેકન્ડ 6 મીટરની ઝડપથી પસાર થાય છે. અંબાજી ખાતે બનાવવામાં આવેલો રોપવે પ્રતિ સેકન્ડ 2.75 મીટરની ઝડપથી ચાલે છે.

રોપ-વેની ટ્રોલી 8 મિનિટમાં એક ટ્રિપ પૂર્ણ કરે છે.

36 સેકન્ડે ટ્રોલી ઊપડે છે અને એક કલાકમાં 800 શ્રદ્ઘાળુ 25 ટ્રોલીમાં અંબાજી મંદિરે પહોંચી જાય છે.

ભવનાથ તળેટીથી ગિરનાર પર્વત પર અંબાજી માતાનું મંદિર 2.3 કિ.મી. દૂર છે. આ અંતર રોપવે માત્ર 8 મિનિટમાં કાપે છે.

રોપ-વે અંબાજી મંદિર સુધી જાય છે

ગીરનાર પર કુલ પાંચ પર્વતોમાં ૮૬૬ જેટલા નાના મોટા મંદિરો છે. થોડી નાની નાની ગુફાઓ પણ મળશે. ગીરનારના 4000 પગથિયા ચઢ્યા પછી તમને દર્શન થશે ભવનાથ મંદિરના. જ્યારે અંબાજી મંદિરના 1000 પગથિયા ચઢવાના બાકી હોય ત્યારે અદ્ભુત જૈન મંદિર પરિસર આવશે.

આ જૈન મંદિરો 12મીથી 15મી સૌદી દરમિયાન બનાવવામાં આવ્યા હતા અહિયાં ૭૦૦ વર્ષના અધરા તપ પછી જૈન ધર્મના રરમાં તીર્થંકર નેમીનાથ કાળધર્મ પામ્યા હતા. આ મંદિરની અંદર ભગવાન નેમિનાથની કાળા આરસની પ્રતિમા છે જેમની આંખો રત્નથી જડવામાં આવી છે. જૈન મંદિર પછી બીજા 1000 પગથીયા ચડવાથી અંબાજી માતાના મંદિરના દર્શન થાય છે. આ મંદિર સુધી રોપ-વે બનાવાયો છે.

ગિરનાર પર્વત પર પવિત્ર જૈન મંદિર સુધી જવા માટે લગભગ 4500 પગથિયાનું ચઢાણ છે અને જો ન ચઢી શકો તો ડોલી કરવી પડે અને ડોલીનો ખર્ચ 4 થી 5 હજાર રૂપિયા થાય. હવે જો તમારે જૈન મંદિરના દર્શન કરવા હોય તો રોપ-વેમાં બેસીને પહેલા અંબાજી મંદિર જવું પડશે. ત્યાર બાદ 1000 પગથિયા નીચે ઉતરતાં જૈન મંદિર આવશે.

જૈન મંદિરથી ફરી રોપ-વે સુધી જવું હોય તો 1000 પગથિયા ચઢવા પડશે. એટલે કે ગિરનાર તળેટીથી પહેલા જે 4500 પગથિયા ચઢીને જવું પડતું હતું તેના બદલે હવે 1000 પગથિયા જ ચઢવા પડશે. આમ 700 રૂપિયા ખર્ચ કરી તમે પવિત્ર મંદિરનાં દર્શન કરી શકશો. આ મંદિરનું મહત્વ એટલું બધું છે કે દર અમાસે મોટી સંખ્યામાં જૈન શ્રદ્ધાળુઓ અહીં દર્શન કરવા આવે છે.

ગીરનાર અનેક પર્વતોનો સમૂહ છે. ગીરનાર પર્વત પર કુલ પાંચ મોટા શિખર છે. જે પૈકી ગોરખ શિખર 3,300 ફૂટ, અંબાજી 3,600 ફૂટ, ગૌમુખી શિખર ૩૧૨૦ ફૂટ, જૈન મંદિર શિખર ૩૩૦૦ ફૂટ અને માળીપરબ ૧૮૦૦ ફૂટની ઉંચાઇ પર છે. ગિરનાર ગુજરાતનો સૌથી ઊંચો પર્વત ગણાય છે. અહીં કુલ ૯૯૯૯ પગથિયા છે. અંબાજી બાદ થોડા પગથિયાં ઉતરીને અને ફરી થોડા પગથિયાં ચઢવાથી ગોરખ શિખર આવશે.

ગોરખ શિખરથી ફરી 1500 જેટલા પગથિયાં ઉતરીને દત્તાત્રેય સુધી જવા માટે 1000 જેટલા પગથિયાં ચઢવાના રહેશે. એટલે અંબાજી બાદ તમારી યાત્રા થોડી સરળ બની જશે. હોડી પ્રકારે ચઢ ઉતર થશે. દત્તાત્રેયથી ઉતર્યા બાર નીચે કમન્ડલ કુંડ સંસ્થાન પર વિનામૂલ્યે ભોજન પ્રસાદી પણ મળે છે.

દર વર્ષે લાખો લોકો ગિરનાર પર્વતની પરિક્રમા કરે છે. ગિરનાર પર ચડવા માટે સવારનો સમય સૌથી અનુકૂળ રહે છે અને આખો ગિરનાર ચડીને આવતાં લગભગ 5 થી 7 કલાક લાગે છે. આ સિવાય ગિરનારની અંદર ભતૃહરિની ગુફા, સોરઠ મહેલ, સૂર્ય કુંડ, ભીમ કુંડ વગેરે જોવા લાયક સ્થળો છે.

અહીંયા એક ગૌમુખી કુંડ પણ આવેલ છે જેની અંદર ઝરણાંમાંથી પાણી આવે છે.જૂનાગઢમાં રોપવે કાર્યરત થયા બાદ પણ સામાન્ય લોકો માટે ગિરનાર પર જવાનું માધ્યમ પગથિયા જ રહેશે. ગિરનારના પગથિયા 120 વર્ષથી અડીખમ છે. ગિરનાર પર સૌપ્રથમ વખત ઈ.સ.૧૧૫૨ની આસપાસ રાજા કુમારપાળે ગિરનાર ચડવા માટે વ્યવસ્થિત પગથિયા બનાવ્યા હતાં. ત્યારબાદ પગથિયા ધસાઈ જતાં દીવના સંઘજી મેઘજીએ જીણોદ્ધાર કરાવ્યો હતો.

ગિરનારનો ઇતિહાસ ખુબ વિશાળ અને પૌરાણિક છે. ગિરનાર પર્વતને ગિરિનગર અને રૈવતક પર્વતના નામે પણ ઓળખવામાં આવે છે. સૌરાષ્ટ્રમાં મૌર્ય વંશ, ગ્રીક, ક્ષત્રપ અને ગુપ્ત વંશે રાજ કર્યું છે. મગધના નંદવંશનો નાશ કરી, ગણરાજ્યોને ખતમ કરી, ભારતને એકચક્રી બનાવનાર ચંદ્રગુપ્ત મૌર્યે ઈ.સ. પૂર્વે ૩૨૨ પછી સૌરાષ્ટ્ર જીતી લીધું.

આમ તે સમયમાં સૌરાષ્ટ્રના પાટનગર જૂનાગઢ (ગિરિનગર)માં પુષ્યગુપ્ત નામનો પોતાનો સુબો મુક્યો હતો. પુષ્યગુપ્તે સુવર્ણસિકતા નદી પર સુદર્શન નામનું સરોવર બંધાવ્યું હતું. સમ્રાટ અશોકના તુસાચ્ય નામના સૂબાએ તેમાં

નહેરો ખોદાવી સિંચાઈનું કાર્ય કર્યું હતું. સ્કંદગુપ્તના પર્ણદત્ત નામના સૂબાએ અતિવૃષ્ટિના કારણે તૂટી ગયેલા સુદર્શન તળાવને ફરી બંધાવ્યું. આ મૌર્ય વંશના રાજાઓએ કોતરાવેલ શિલાલેખો દ્વારા ગિરનાર પર્વતને જગતમાં પ્રસિદ્ધિ અપાવી છે.

ગિરનાર રોડ માર્ગઃ પોતાનું વાહન લઇને રોડ દ્વારા જુનાગઢના ગિરનાર પર્વત સુધી જવું હોય તો અમદાવાદથી ગિરનાર પર્વતનું અંતર 318 કિ.મી., રાજકોટથી 104 કિ.મી. અને જુનાગઢ શહેરથી પર્વત માત્ર 5 કિ.મી. દૂર છે. અમદાવાદ-રાજકોટ, ગોંડલ, વિરપુર હાઇવે પહોળો છે. આ રસ્તે ઝડપથી પહોંચી શકાય છે.

ગિરનાર રેલવે માર્ગઃ અમદાવાદ, રાજકોટ, સુરત જેવા શહેરોથી જુનાગઢ માટે ટ્રેન મળી જશે. સ્ટેશનેથી રીક્ષા, બસ કે ટેક્સી દ્વારા ગિરનાર તળેટી સુધી જઇ શકાય છે

ગિરનાર વિમાન માર્ગઃ જુનાગઢ જવા માટે સૌથી નજીકનું એરપોર્ટ કેશોદ છે જે 40 કિ.મી. દૂર છે. પરંતુ જો વિમાનની વધારે કનેક્ટિવિટી જોઇતી હોય તો 104 કિ.મી. દૂર રાજકોટ એરપોર્ટ છે.

ગિરનાર પર્વત જૂનાગઢ શહેરથી પૂર્વમાં 5 કિલોમિટરના અંતરે આવેલો છે. (અમદાવાદથી દક્ષિણ પશ્ચિમ દિશામાં) દરિયાઇ સપાટીથી 1118 મીટર ઉંચાઇ ધરાવતા આ ગરવા ગઢ ગિરનાર પર અહીં સરેરાશ વરસે 775 મિલિમિટરનો વરસાદ થતો હોય છે. ગિરનારનું ઓછું તાપમાન ડિસેમ્બર થી ફેબ્રુઆરી દરમ્યાન ઓછામાં ઓછું 16 ડિગ્રી સેલ્સિયસ અને વધારેમાં વધારે 28 ડિગ્રી સેલ્સિયસ રહેતું હોય છે.

નજીકનું વિમાન મથક કેશોદ, જે 40 કિલોમીટરના અંતરે આવેલું છે. જ્યારે રાજકોટ વિમાન મથક 100 કિલોમીટરના અંતરે આવેલું છે. નજીકનું આંતરરાષ્ટ્રીય વિમાન મથક, અમદાવાદ (315 km) છે.

રેલ્વે માર્ગે તથા સડક માર્ગે, જુનાગઢ-ગિરનાર વાયા અમદાવાદ, ભારતના તમામ મોટા શહેરોથી જોડાયેલ છે.

પર્વતોના સમૂહ તરીકે ઓળખાતા ગિરનારનું ઊંચામાં ઊંચું શિખર છે, 945 મીટર એટલે કે 3600 ફૂટ, જે ગુજરાતમાં સહુથી ઊંચું છે.

પર્વતની તળેટી ગિરનારની તળેટીથી ઓળખાય છે. અને તે જૂનાગઢથી માત્ર 4 કી.મી.ના અંતરે આવેલી છે.

ગિરનાર ઉપર ચઢવા માટે પત્થરોથી બનેલો પગથિયાનો રસ્તો બધા માટે છે. અંદાજે આઠ હજાર જેટલા પગથિયા ધરાવે છે. આમ તો આ પર્વતના 9999 પગથિયા હોવાની વાતો પણ પ્રચલિત છે. તળેટીથી ઉપર ચડવાની શરૂઆત

કરીએ પછી બેથી ત્રણ કલાકમાં 4,000 પગથિયા ઉપર પહોંચ્યા પછી સપાટ વિસ્તારમાં જૈન દેરાસરોનો વિશાળ સમુહ આવે છે.

મોટાભાગના લોકોને ગિરનાર પર્વત પર ચઢતા 5 થી 8 કલાક થતા હોય છે, જ્યારે જુનાગઢ વિસ્તારના લોકો તો 42/43 મિનિટમાં પહાડ ચઢવાનો દાવો કરતાં હોય છે.

રેલ્વે માર્ગે જૂનાગઢ રાજકોટ, અમદાવાદ, જામનગર, ભૂજ, દ્વારકા, સોમનાથ, પાલીતાણા, સૂરત, વડોદરા, પોરબંદરથી જોડાયેલું છે.

આ બધા સ્થળોએથી જૂનાગઢ આવવા માટે સરકારી તથા ખાનગી વાહનો મળી શકે છે.

શ્રી ગિરનાર મહાતીર્થની તળેટીમાં શ્રી આદીશ્વર ભગવાનનાં તથા નૂતન જય તળેટીમાં આવેલ ચરણપાદુકાનાં દર્શન કરી ગિરનારના પ્રવેશદ્વારથી અંદર જતાં જમણી બાજુ પાંચમા પગથિયે શ્રી નેમિનાથ ભગવાનનાં ચરણપાદુકાની દેરી આવે છે. તે વિશા શ્રીમાળી શ્રાવક લખમીચંદ પ્રાગજીએ બંધાવી હતી. જેમાં શ્રી નેમિપ્રભુના પૂર્વાભિમુખ ચરણપાદુકા અને શાસન તથા તીર્થના અધિષ્ઠાયિકા શ્રી અંબિકાદેવીની પ્રતિમા પબાસણની દિવાલમાં પધરાવવામાં આવેલી છે.

ગિરનાર મહાતીર્થની યાત્રાનો પ્રારંભ કરતાં પહેલાં આ દેરીના દર્શન કરી યાત્રા નિર્વિઘ્ન પાર પડે તે માટે તીર્થની અધિષ્ઠાયિકા અંબિકાદેવીને વંદના તથા પ્રાર્થના કરવી જોઇએ. ગિરનારની યાત્રામાં સુગમતા માટે વિ.સં. 1212માં આંબડ શ્રાવકે સુવ્યવસ્થિત પગથિયા બંધાવ્યા હતા. ત્યારબાદ અવસરે અવસરે તેનો ઉદ્ધાર કરાવ્યો હોવાના લેખો જોવા મળે છે.

3800 પગથિયા ચઢ્યા બાદ ઉપરકોટનાં કિલ્લાનો દરવાજો આવે છે, તેને દેવકોટ પણ કહેવામાં આવે છે, તે દરવાજાની ઉપર નરશી કેશવજીએ માળ બંધાવ્યો હતો. જેમાં હાલ વનસંરક્ષણ વિભાગની ઓફીસ જોવામાં આવે છે. આ કિલ્લાના મુખ્યદ્વારથી અંદર પ્રવેશ કરતાં ડાબી બાજુ શ્રી હનુમાનની દેરી તથા જમણી બાજુ કાલભૈરવની દેરી આવે છે.

અતિ પ્રાચિન આ ગિરનાર તીર્થના અનેક ઉદ્ધારો થયેલા છે. વર્તમાનમાં આ મહાન તીર્થનો જિણોદ્ધાર કરાવાની પૂરેપૂરી આવશ્યકતા હતી. તેવા સંજોગોમાં સંવત-1979(ઇસ્વીસન્ 1923)ની સાલમાં તપગચ્છની પરંપરાના મહાન આચાર્ય ભગવંત શ્રીવિજયનીતિસૂરીશ્વરજી મહારાજના ઉપદેશથી આ તીર્થનો જિણોદ્ધાર થયો હતો.

શ્રી નેમિનાથની ટૂંક

આ દરવાજાથી અંદર પ્રવેશ થતાં અનેક જિનાલયોની હારામાળાનો પ્રારંભ થાય છે. ત્યાંથી 15-20 ડગલાં આગળ ચાલતાં ડાબા હાથે શ્રી નેમિનાથજીની ટૂંકમાં જવાનો મુખ્ય દરવાજો આવે છે. જ્યાં શેઠશ્રી દેવચંદ લક્ષ્મીચંદની પેઢી : ગિરનાર તીર્થ તેવા લખાણવાળું બોર્ડ મારવામાં આવેલ છે. શ્રી નેમિનાથ ભગવાનના મુખ્ય જિનાલયના પ્રાંગણનો પ્રારંભ થાય છે. આ ચોક 130 ફુટ પહોળો તેમજ 190 ફુટ લાંબો છે. જેમાં મુખ્ય જિનાલયની ફરતી ભમતીમાં 84 દેરીઓ છે.

જિનાલયના દક્ષિણ દ્વાર બહાર જ જમણા હાથે શ્રી અંબિકાદેવીની દેરી આવે છે.

1) શ્રી નેમિનાથ જિનાલય

શ્રી નેમિનાથ જિનાલયના પ્રાંગણમાં પ્રવેશ કરતાં શ્રી નેમિનાથ ભગવાનના વિશાળ અને ભવ્ય ગગનચુંબી શિખરબંધી જિનાલયના દર્શન થાય છે. અત્યંત આલ્હાદક આ જિનાલયના દક્ષિણ દ્વારમાંથી પ્રવેશ કરતાં 41.6 ફુટ પહોળો અને 44.6 ફુટ લાંબો રંગમંડપ આવે છે. જેના મુખ્ય ગભારામાં ગિરનારગિરિભૂષણ શ્રી નેમિનાથ પરમાત્માની ચિત્તને અનેરો આનંદ આપતી 61 ઇંચની શ્યામવર્ણીય મનોહર પ્રતિમા બિરાજમાન છે.

જેના દર્શન કરતાં જ ગિરિવર આરોહણના થાકની સાથે સાથે ભવભ્રમણનો થાક પણ ઉતરી જાય છે. મૂળનાયકની ફરતી ભમતી તથા રંગમંડપમાં તીર્થંકર પરમાત્માની પ્રતિમાઓ તથા યક્ષ-યક્ષિણી અને ગુરુભગવંતોની પ્રતિમાઓ બિરાજમાન છે. આ રંગમંડપની આગળ 21 ફુટ પહોળો અને 38 ફુટ લાંબો બીજો રંગમંડપ આવે છે. જેમાં મધ્યમાં જુદા-જુદા બે પબાસણ ઉપર ગણધર ભગવંતોના અંદાજે 840 ચરણપાદુકાની જોડ સ્થાપિત કરવામાં આવેલ છે. જેની પ્રતિષ્ઠા વિ.સં. 1694 ચૈત્ર વદ બીજના થઈ છે. આજુબાજુ તીર્થંકર પરમાત્માની પ્રતિમાઓ બિરાજમાન છે.

2) જગમાલ ગોરધન દ્વારા નિર્મિત જિનાલય

શ્રી નેમિનાથ ભગવાનના મુખ્ય જિનાલયની બરોબર પાછળ શ્રી આદીનાથ ભગવાનનું જિનાલય છે. આ જિનાલયમાં 31 ઇંચના શ્રી આદીનાથ ભગવાનની પ્રતિષ્ઠા પોરવાડ જ્ઞાતીય શ્રી જગમાલ ગોરધન દ્વારા આ. વિજય જિનેન્દ્રસૂરિ મહારાજ સાહેબની પાવનનિશ્રામાં વિ.સં. 1848ના વૈશાખ વદ-6 ના શુક્રવારે કરાવવામાં આવી હતી. શ્રી જગમાલ ગોરધન શ્રી ગિરનારજી તીર્થ ઉપર જિનાલયોના મુનિમ તરીકે ફરજ બજાવી તે જિનાલયોના સંરક્ષણનું કાર્ય કરતા હતા. તેમના નામ ઉપરથી જૂનાગઢ શહેરના ઉપરકોટ પાસેના ચોકનું નામ જગમાલ ચોક રાખવામાં આવ્યું હતું.

મેરકવશીની ટૂંક:-

મેરકવશીની ટૂંકના મુખ્ય જિનાલયમાં પ્રવેશ કરતાં પૂર્વે જમણા હાથ ઉપર પંચમેરુનું જિનાલય આવે છે.

1) પંચમેરુનું જિનાલય

આ પંચમેરુ જિનાલયની રચના અત્યંત રમણીય છે. જેમાં ચારબાજુના ચારખૂણામાં ધાતકીખંડના બે મેરુ અને પુષ્કરાર્ધ દ્વીપના બે મેરુ તથા મધ્યમાં જંબૂદ્વીપનો એક મેરુ એમ પાંચ મેરુપર્વતની સ્થાપના કરવામાં આવેલ છે. જેમાં દરેક મેરુ ઉપર ઋષભદેવ ભગવાનની ચૌમુખજી પ્રતિમાઓ પધરાવવામાં આવેલ છે. જેની પ્રતિષ્ઠા વિ.સં.1859 માં કરવામાં આવી હોય તેવા લેખ છે.

2) અદબદજીનું જિનાલય

પંચમેરુના જિનાલયમાંથી બહાર નીકળી મેરકવશીના મુખ્ય જિનાલયમાં પ્રવેશ કરતાં પહેલાં ડાબા હાથે શ્રી ઋષભદેવ ભગવાનની પદ્માસનમુદ્રામાં બેઠેલી 138 ઇંચની મહાકાય પ્રતિમા જોતાં જ શ્રી શત્રુંજય ગિરિરાજની નવટૂંકમાં આવેલા અદબદજીદાદાનું સ્મરણ કરાવતી હોવાથી આ જિનાલયને પણ અદબદજીનું દેરાસર કહેવાય છે.

3) મેરકવશીનું મુખ્ય જિનાલય

આ જિનાલયના મુખ્ય દ્વારમાં જ છતમાં વિવિધ કલાકૃતિયુક્ત ઝીણી-ઝીણી કોતરણીઓ આશ્ચર્યકારી જણાય છે. આગળ વધતાં ઘુમ્મટની કોતરણી જોતાં દેલવાડાના વિમલવસહી અને લૂણવસહીના સ્થાપત્યોની યાદ તાજી કરાવે છે. આ બાવન જિનાલયના મૂળનાયક 39 ઇંચના શ્રી સહસ્રફણા પાર્શ્વનાથ ભગવાન છે, જેની પ્રતિષ્ઠા વિ.સં.1859 માં પ.પૂ. આ. જિનેન્દ્રસૂરિ મહારાજ સાહેબના હસ્તે થયેલ છે.

સંગરામ સોનીની ટૂંક:-

મેરકવશીની ટૂંકમાંથી બહાર નીકળી ઉત્તરદિશાના દ્વારમાંથી સંગરામ સોનીની ટૂંકમાં પ્રવેશ થાય છે. આ બાવન જિનાલયના મુખ્ય જિનાલયમાં બે માળવાળો અત્યંત મનોહર રંગમંડપ છે. આ ગભારાના જિનાલયના છતની ઉંચાઇ લગભગ 10 થી 35 ફુટ ઊંચી છે.

કેટલાક વિદ્વાનોના મતે સગરામ સોની કે સંગ્રામ સોનીના નામે ઓળખાતું આ જિનાલય હકીકતમાં સમરસિંહ માલદે દ્વારા નિર્માણ કરવામાં આવેલ છે.

આ જિનાલયની ભમતીના ઉત્તર દિશા તરફના દ્વારથી બહાર નીકળતાં કુમારપાળની ટૂંકમાં જવાનો માર્ગ આવે છે. તથા તે માર્ગની જમણી બાજુ ડૉક્ટર કુંડ તથા ગિરધર કુંડ આવેલા છે.

કુમારપાળની ટૂંક:-

કુમારપાળની ટૂંકમાં પ્રવેશતાં મુખ્ય જિનાલયની ચારેબાજુ ઘણું મોટું પ્રાંગણ જોવા મળે છે. આ પ્રાંગણમાં થઇ જિનાલયમાં પ્રવેશ કરતાં એક વિશાળ રંગમંડપ આવે છે જેમાં આગળ વધતાં બીજો રંગમંડપ આવે છે.

આ જિનાલયના મૂળનાયક તરીકે 24 ઇંચના શ્રી અભિનંદનસ્વામી બિરાજમાન છે. જેની પ્રતિષ્ઠા વિ.સં.1975ના વૈશાખ સુદ-7 ના શનિવારે આચાર્ય જિનેન્દ્રસૂરિ મહારાજ સાહેબના હસ્તે કરવામાં આવી હતી.

ભીમકુંડ:-

આ ભીમકુંડ ઘણો જ વિશાળ છે. તે લગભગ 70 ફુટ લાંબો અને 50 ફુટ પહોળો છે. આ કુંડ 15માં શતકમાં બનેલો હોવાનું જણાય છે. ઉનાળાની સખત ગરમીમાં પણ આ કુંડનુ પાણી શીતલ રહે છે. આ કુંડની એક દિવાલમાં એક પાષાણમાં શ્રી જિનપ્રતિમા તથા હાથ જોડી ઉભા રહેલા શ્રાવક- શ્રાવિકાની પ્રતિમા કોતરેલી જોવા મળે છે.

શ્રી ચંદ્રપ્રભસ્વામીનું જિનાલય

શ્રી ચન્દ્રપ્રભસ્વામીના આ જિનાલયનું સ્થાન એકદમ એકાંતમાં આવેલું છે. આ જિનાલયમાં મૂળનાયક શ્રી ચન્દ્રપ્રભસ્વામીની 16 ઇંચની પ્રતિમાની પ્રતિષ્ઠા વિ.સં.1701માં થયેલ છે. આ જિનાલયની છત અનેક કલાકૃતિઓથી સુશોભિત છે. આ જિનાલયથી ઉત્તર દિશાએ થી 30- 35 પગથીયા નીચે ઉતરતાં ગજપદ કુંડ આવે છે.

ગજપદકુંડ:-

આ ગજપદકુંડ ગજેન્દ્રપદકુંડ તથા હાથી ચરણપાદુકાનો કુંડ નામે પણ ઓળખાય છે. આ કુંડનો ઉલ્લેખ 13 થી 15મા શતક સુધીમાં રચાયેલ ગિરિનાર સંબંધી લગભગ તમામ જૈન સાહિત્યમાં મળે છે. તે ઉપરાંત સ્કન્દપુરાણ અંતર્ગત પ્રભાસ ખંડમાં પણ તનો ઉલ્લેખ જોવા મળે છે. આ કુંડના એક થાંભલામાં જિન પ્રતિમા કોતરવામાં આવેલી છે.

માનસંગ ભોજરાજનું જિનાલય

આ જિનાલય કચ્છ-માંડવીના વીશા ઓસવાળ શા.માનસંગ ભોજરાજે બંધાવેલ હતું. જેમાં મૂળનાયક તરીકે શ્રી સંભવનાથ ભગવાનની સુંદર 25 ઇંચની પ્રતિમા બિરાજમાન છે.

આ જિનાલયમાં જતાં પૂર્વે માર્ગમાં આવતો સુરજ કુંડ પણ શા.માનસંગે કરાવેલ છે. તેમણે વિ.સં. 1901માં જૂનાગઢ ગામમાં આદિશ્વર ભગવાનના દેરાસરની પ્રતિષ્ઠા પણ કરાવેલ હતી.

વસ્તુપાલ-તેજપાલનું જિનાલય-

આ જિનાલયમાં એક સાથે પરસ્પર જોડાયેલાં ત્રણ મંદિરો છે. આ જિનાલયો ગુર્જર દેશના મંત્રીશ્વર વસ્તુપાલ-તેજપાલ દ્વારા વિ.સં. 1232 થી 1242ના કાળમાં બંધાવ્યા હતા. જેમાં હાલ મૂળનાયક તરીકે શ્રી શામળા પાર્શ્વનાથ ભગવાનની 43 ઇંચની પ્રતિમા બિરાજમાન છે. જેની પ્રતિષ્ઠા વિ.સં. 1306ના વૈશાખ સુદ-3 ના શનિવારના દિવસે આ. પ્રદ્યુમનસૂરિ મહારાજ સાહેબની મુખ્ય પરંપરામાં શ્રી દેવસૂરિના શિષ્ય શ્રી જયાનંદ મહારાજ સાહેબે કરી હતી.

આ વચલા દેરાસરનો રંગમંડપ 29 ½ ફુટ પહોળો અને 53 ફુટ લાંબો છે. તથા આજુબાજુના બન્ને દેરાસરોના રંગમંડપો 38 ½ ફુટ ચોરસ છે.

આ જિનાલયમાં વિ.સં. 1288ના ફાગણ સુદ- 10ના બુધવારના લગભગ 6 થી 7 શિલાલેખો છે. જેમાંથી ચાર લેખોમાં વસ્તુપાલ અને તેમના પત્ની લલિતાદેવીના શ્રેયાર્થે અજિતનાથ આદિ જિનાલયો બંધાવ્યાનો અને બે મંદિર દ્વિતીય પત્ની સોખુકાદેવીના શ્રેયાર્થે બંધાવ્યાનો ઉલ્લેખ છે.

મુખ્ય જિનાલયની ડાબી બાજુના જિનાલયમાં ચોરસ સમવસરણમાં ચૌમુખજી ભગવાન પધરાવેલા છે, જમણી બાજુના જિનાલયમાં ગોળ મેરુની ઉપર ચૌમુખજી ભગવાન પધરાવેલા છે.

આ જિનાલયોની કોતરણી અને કલાકૃતિયુક્ત કમાનવાળા થાંભલાઓ, જિન પ્રતિમાઓ, વિવિધ દ્રશ્યો તથા કુંભાદિની આકૃતિ મનોહારી છે. ચૌમુખજી જિનાલયોની વિશાળતા તથા ગોઠવણી પણ નયનરમ્ય છે.

ગુમાસ્તાનું દેરાસર-

વસ્તુપાલ- તેજપાલ જિનાલયની પાછળના પ્રાંગણમાં તેમની માતાનું દેરાસર છે. જે ગુમાસ્તાનું દેરાસરના નામથી પ્રસિદ્ધ છે. આ મંદિરમાં 19 ઇંચના મૂળનાયક શ્રી સંભવનાથ ભગવાન બિરાજમાન છે.

વસ્તુપાલની માતા કુમારદેવીના નામે આ મંદિર બંધાવ્યું હોવાથી તે વસ્તુપાલની માતાના દેરાસર તરીકે ઓળખાય છે. વળી કચ્છ-માંડવીના ગુલાબશાહે બંધાવ્યું હોવાથી ગુલાબશાહના મંદિરના નામે પણ ઓળખાય છે.

સંપ્રતિ રાજાની ટૂંક:-

વસ્તુપાલ- તેજપાલના જિનાલયમાંથી બહાર નીકળી ઉત્તર દિશા તરફ જતાં સંપ્રતિ રાજાની ટૂંક આવે છે. સંપ્રતિ મહારાજે બંધાયેલ આ જિનાલયના મૂળનાયક તરીકે 57 ઇંચનાં શ્રી નેમિનાથ ભગવાન બિરાજમાન છે. આ પ્રતિમા વિ.સં.1519માં પ્રતિષ્ઠિત થયાનો લેખ પ્રતિમાની ગાદીમાં જોવા મળે છે.

મૂળનાયકના ગભારાની બહારના ગોખલામાં હંસવાહિની, હાથમાં વીણા અને પોથી યુક્ત સરસ્વતિ દેવીની પ્રતિમા છે. આ સિવાય રંગમંડપમાં 54 ઇંચના ઉભા કાઉસ્સગ્ગિયા પ્રતિમા સહિત અન્ય 24 નયનરમ્ય પ્રતિમા પણ

બિરાજમાન છે.

જ્ઞાન વાવનું જિનાલય-

સંપ્રતિરાજાના જિનાલયની બાજુમાંથી ઉત્તર દિશા તરફના ઢાળમાં નીચે ઉતરતાં બાજુમાં જ જમણા હાથે રહેલા દ્વારમાં પ્રવેશ કરતાં જ પ્રથમ ચોગાનમાં જ્ઞાન વાવ આવે છે. આ ચોકમાં રહેલા ઉત્તર દિશા તરફના દ્વારથી અંદર પ્રવેશતાં ચૌમુખજીનું દેરાસર આવે છે. જે શ્રી સંભવનાથ ભગવાનના નામે ઓળખાય છે. આ જિનાલયના મૂળનાયક તરીકે શ્રી સંભવનાથ ભગવાનની 16 ઇંચની પ્રતિમા છે.

શેઠ ધરમચંદ હેમચંદનું જિનાલય-

ઉપકોટ (દેવકોટ) ના દરવાજામાંથી બહાર નીકળ્યા બાદ સૌથી પહેલું દેરાસર શેઠ ધરમચંદ હેમચંદનું આવે છે. જેને ખાડાનું દેરાસર પણ કહેવામાં આવે છે. આ દેરાસરમાં 29 ઇંચના મૂળનાયક શ્રી શાંતિનાથ ભગવાન બિરાજમાન છે.

મલ્લવાળું દેરાસર

શેઠ ધરમચંદ હેમચંદના દેરાસરથી આગળ વધતાં લગભગ 35 થી 40 પગથીયાં ચઢતાં જમણી બાજુ આ મલ્લવાળું દેરાસર આવે છે. આ જિનાલયમાં 21 ઇંચના મૂળનાયક શ્રી શાંતિનાથ ભગવાન બિરાજમાન છે. જેનો ઉદ્ધાર જોરાવરમલ્લજી દ્વારા થયો હોવાથી આ દેરાસર મલ્લવાળા તરીકે ઓળખાય છે.

ચૌમુખજીનું દેરાસર-

ચૌમુખજીના દેરાસરના હાલ ઉત્તરાભિમુખ મૂળનાયક શ્રી નેમિનાથ, પૂર્વાભિમુખ શ્રી સુપાર્શ્વનાથ, દક્ષિણાભિમુખ શ્રી ચન્દ્રપ્રભસ્વામી અને પશ્ચિમાભિમુખ શ્રી મુનિસુવ્રતસ્વામી છે. તેની પ્રતિષ્ઠા વિ.સં. 1511 આચાર્ય જિનહર્ષસૂરિ મહારાજ સાહેબના હસ્તે થયેલ હોવાના પબાસણના લેખો જોવા મળતાં હતા.

આ જિનાલય શ્રી શામળા પાર્શ્વનાથના નામે પણ ઓળખાય છે. આ દેરાસરની અંદરના પબાસણ ચારેય ખૂણામાં રહેલી ચોરસ થાંભલીમાં એક-એકમાં 24-24 પ્રતિમાઓ એમ કુલ 96 પ્રતિમાઓ કોતરવામાં આવેલી છે. આ ચાર થાંભલી લગ્ન મંડપની ચાર ચોરી જેવી લાગતી હોવાથી આ જિનાલયને ચોરીવાળું દેરાસર પણ કહેવામાં આવે છે.

આ ચૌમુખજીના દેરાસરથી આગળ લગભગ 70-80 પગથિયાં ચદતાં ડાબા હાથે સહસાવન શ્રી નેમિનાથ ભગવાનની દીક્ષા-કેવળજ્ઞાન કલ્યાણક ભૂમિ તરફ જવાનો માર્ગ આવે છે.

રહનેમિનું જિનાલય શ્રી સિદ્ધાચલ રહનેમિ-

ગૌમુખી ગંગા સ્થાનની લગભગ 350 પગથીયાં ઉપર ચડતાં જમણી બાજુ આ રહનેમિનું જિનાલય આવે છે. આ જિનાલયમાં મૂળનાયક તરીકે સિદ્ધાત્મા શ્રી રહનેમિની 51 ઇંચીય શ્યામ-વર્ણીય પ્રતિમા બિરાજમાન કરવામાં આવેલ છે.

આ રહનેમિજીના જિનાલયથી આગળ સાચા કાકાની જગ્યાના કઠણ ચઢાવે થઇને કુલ લગભગ 535 પગથિયા ચડતાં અંબાજી મંદિર આવે છે.

અંબાજીની ટૂંક-

આ અંબાજીની ટૂંકમાં અંબીકા દેવીનું મંદિર આવેલું છે. દામોદરકુંડ પાસેનું મંદિર, ગિરનાર ઉપરનું શ્રી નેમિનાથ ભગવાન તથા અંબાજીનું મંદિર સંપ્રતિ મહારાજાએ બંધાવ્યાનું કહેવાય છે. શિલ્પસ્થાપત્યના આધારે બારમી-તેરમી સદીની રચનાવાળું જણાતું આ મંદિર વસ્તુપાલ-તેજપાલે બંધાવ્યું હોવાની વાત કેટલાક લેખો ઉપરથી જાણવા મળે છે.

આ મંદિરની પાછળ શ્રી નેમિનાથ ભગવાનના ચરણપાદુકા પધરાવવામાં આવેલ છે. કેટલાક શાંબના ચરણપાદુકા હોવાનું કહે છે. વસ્તુપાલે આ ટૂંક ઉપર શ્રી નેમિનાથ ભગવાન વગેરેની પ્રતિમાઓ પધરાવેલ હોવાનો ઉલ્લેખ મળે છે.

અંબાજીની ટૂંકથી લગભગ 100 પગથિયા ઉતરીને પુનઃ લગભગ 300 પગથિયા ચઢતાં ગોરખનાથની ટૂંક આવે છે.

ગોરખનાથની ટૂંક-

આ ગોરખનાથની ટૂંક ઉપરશ્રી નેમિનાથ પરમાત્માના વિ.સં. 1927 વૈશાખ સુદ-3 શનિવારના લેખવાળાં ચરણપાદુકા છે તે બાબુ ધનપતસિંહજીએ સ્થાપેલાં છે. આ ચરણપાદુકા પ્રદ્યુમનના હોવાનું પણ કહેવાય છે.

ગોરખનાથની ટૂંકથી આગળ લગભગ 15 પગથિયાં ઉતરતાં ડાબા હાથ તરફની ભીંતમાં કાળા પાષાણમાં એક જિનપ્રતિમા કોતરવામાં આવેલ છે તથા લગભગ 400 પગથિયા ઉતર્યા બાદ પણ ડાબા હાથે એક મોટા કાળા પાષાણમાં જિનપ્રતિમા કોતરવામાં આવેલ છે. એ રીતે કુલ લગભગ 800 પગથિયા ઉતરતાં પગથિયા વગરના વિકટ માર્ગે ચોથી ટૂંક તરફ જવાય છે.

ઓધડ ટૂંક

આ ઓધડ ટૂંક ઉપર પહોંચવા માટે કોઇ પગથિયાં રાખવામાં આવ્યા નથી, તેથી પથ્થર ઉપર આડા-અવળા ચઢીને ઉપર જવાય છે. આ માર્ગ ખૂબજ વિકટ છે. આ ટૂંક ઉપરની એક મોટી શિલામાં શ્રી નેમિનાથની પ્રતિમા તથા બીજી શિલા ઉપર ચરણપાદુકા કોતરવામાં આવેલા છે.

પાંચમી ટૂંક-

ગિરનાર માહાત્મ્ય અનુસાર આ પાંચમી ટૂંકે પૂર્વાભિમુખ પરમાત્માના ચરણપાદુકા ઉપર વિ.સં. 1897ના પ્રથમ આસો વદ-7 ના ગુરુવારે શા.દેવચંદ

લક્ષ્મીચંદ વડે પ્રતિષ્ઠા કરાવ્યાનો લેખ છે.

હાલમાં આ ટૂંક દત્તાત્રેયના નામે પ્રસિદ્ધ થયેલ છે, જૈન માન્યતાનુસાર શ્રી નેમિનાથ પરમાત્માના શ્રી વરદત્ત, શ્રી ધર્મદત્ત અને શ્રી નરદત્ત એમ ત્રણ ગણધરના નામના છેડે "દત્ત" શબ્દ આવતો હોવાથી "દત્તાત્રેય" એવું નામ પાડ્યું હોવાનું કહેવાય છે. ઘણા લોકો આ ચરણપાદુકાને શ્રી વરદત્ત ગણધરનાં ચરણપાદુકા પણ કહે છે.

લગભગ 60 વર્ષ પૂર્વ આ ટૂંકનો સંપૂર્ણ વહીવટ શેઠ દેવચંદ લક્ષ્મીચંદની પેઢી દ્વારા કરવામાં આવતો હતો અને પહેલી ટૂંકથી પૂજારી પૂજા કરવા માટે આવતાં હતા. હાલમાં દત્તાત્રય તરીકે પ્રસિદ્ધ એવી આ ટૂંકનો સંપૂર્ણ વહીવટ હિન્દુ મહંત દ્વારા કરવામાં આવે છે.

આજે જૈનો આ પવિત્ર ભૂમિનાં માત્ર દર્શન અને સ્પર્શના કરીને સંતોષ માને છે.

આ પાંચમી ટૂંકથી નીચે ઉતરી મુખ્ય સીડી ઉપર આવી પાછા જવાના રસ્તે જવાને બદલે ડાબા હાથ તરફના લગભગ 350 પગથિયા ઉતરતાં કમંડલ કુંડ નામની જગ્યા આવે છે.

કમંડલ કુંડ-

અહીં કાયમી અગ્નિધૂણો પ્રગટેલો રહે છે. અહીં આવનાર દરેક યાત્રિકો માટે વિનામૂલ્યે અન્નક્ષેત્ર ચાલે છે જ્યાં નિત્ય સેંકડો યાત્રિકો ભોજનની સગવડ પામે છે. આ કમંડલ કુંડથી અનસુયાની છઠ્ઠી ટૂંક અને મહાકાલીની સાતમી કાલિકા ટૂંક ઉપર જવાય છે.

કાલિકા ટૂંક

કમંડલ ટૂંકથી કાલીકા ટૂંક જવાનો માર્ગ અત્યંત વિકરાળ અને ભયંકર લાગતો હોવાથી ભોમિયાને સાથે લઇને જવાનું હિતાવહ રહે છે. માર્ગમાં કોઇ ભૂલા ન પડે તે માટે ઠેકઠેકાણે લાલ સિંદૂરની નિશાનીઓ કરવામાં આવેલી છે.

માર્ગમાં અતિ કંટક અને પથરાઓ રહેતા હોવાથી કોઇ હિમ્મતવાન માણસ જ કાલિકા ટૂંક સુધી પહોંચવા સમર્થ બને છે. પૂર્વે તો કહેવાતું કે બે માણસ કાલિકા ટૂંક જાય તેમાંથી એક માણસ જીવતો પાછો ફરે. કાલિકાની ટૂંકે કાલિકા માતાનું સ્થાન અને ટોચ ઉપર ત્રિશૂળ જોવા મળે છે. કમંડલ કુંડથી પાંડવ ગુફા જવાનો પણ માર્ગ મળે છે. આ ગુફા પાટણ વાવ સુધી નીકળતી હોવાની માન્યતા છે.

કમંડલ કુંડથી પાછા ગોરખનાથ ટૂંક થઇ ગૌમુખી ગંગાની બાજુમાં ઉત્તર દિશા તરફના રસ્તે લગભગ 1200 પગથિયાં નીચે ઉતરતાં સહસાવનનો વિસ્તાર આવે છે.આ સહસાવનમાં શ્રી નેમિનાથ પ્રભુની દીક્ષા કલ્યાણક તથા કેવળજ્ઞાન કલ્યાણકની ભૂમિના સ્થાને પ્રાચીન દેરીઓમાં પ્રભુજીના

ચરણપાદુકાઓ પધરાવેલા છે.

તેમાં કેવળજ્ઞાન કલ્યાણકની દેરીમાં તો, શ્રી રહનેમિ તથા સાધ્વી રાજીમતી અહીંથી મોક્ષે ગયા હોવાથી તેઓનાં ચરણપાદુકા પણ પધરાવવામાં આવેલ છે.લગભગ 40-45 વર્ષ પૂર્વે તપસ્વી સમ્રાટ આચાર્ય હિમાંશુસૂરિજી મહારાજના અથાગ પુરુષાર્થથી સહસાવનમાં જગ્યા મેળવીને કેવળજ્ઞાન કલ્યાણકરૂપે સમવસરણ મંદિરનું નિર્માણ થયું.

સમવસરણ મંદિર

આ સમવસરણ મંદિરમાં મૂળનાયક તરીકે 35 ઇંચના શ્યામવર્ણીય સંપ્રતિકાલીન શ્રી નેમિનાથ ભગવાનની ચૌમુખજી પ્રતિમા બિરાજમાન છે. આની પ્રતિષ્ઠા વિ.સં.2040 ચૈત્ર વદ-પાંચમના દિવસે થયેલ છે.

સમવસરણની પાછળ નીચે ગુફામાં શ્રી નેમિનાથ પરમાત્માની 11 ઇંચની અત્યંત મનમોહક પ્રતિમા પધરાવવામાં આવેલ છે.

આ સમવસરણ મંદિરથી બહાર નીકળી પગથિયાં ઉતરતાં બે રસ્તા પડે છે જેમાં ડાબી બાજુના માર્ગે 3000 પગથિયાં ઉતરી લગભગ અડધો કિલોમીટર ચાલતાં તળેટી આવે છે. જમણી બાજુ 10 પગથિયાં ઉત્તરતાં ડાબી બાજુ બુગદાની ધર્મશાળા આવે છે. ત્યાંથી 30 પગથિયાં ઉતરતાં ડાબી બાજુ શ્રી નેમિનાથ પરમાત્માની કેવળજ્ઞાન કલ્યાણકની પ્રાચીન દેરી આવે છે.

આ દેરીથી 30 પગથિયા ઉતરતાં ડાબી બાજુ શ્રી નેમિપ્રભુની દીક્ષા કલ્યાણકની પ્રાચીન દેરી આવે છે.શ્રી નેમિપ્રભુની દીક્ષા કલ્યાણકની પ્રાચીન દેરી

આ દીક્ષા કલ્યાણકની પ્રાચીન દેરી એક વિશાળ ચોકમાં આવેલી છે. જેમાં શ્રી નેમિપ્રભુના શ્યામવર્ણીય ચરણપાદુકા પધરાવવામાં આવેલા છે.

આ દીક્ષા કલ્યાણકની દેરીથી જમણી તરફ પાછા 70 પગથિયાં ઉપર ચઢતાં જમણી બાજુ તળેટી તરફ જવાનો માર્ગ આવે છે. જે માર્ગે લગભગ 1800 પગથિયાં ઉતરતાં રાયણનાં ઝાડ નીચે એક પરબ આવે છે. ત્યાંથી 1200 પગથિયાં ઉતરીને લગભગ અડધો કિલોમીટર ચાલીને જતાં ગિરનાર તળેટી આવી જાય છે.

લગભગ 30000 વર્ષ પહેલાં, પૃથ્વી પર પૃથ્વીની ગતિ પ્રતિ કલાક 25000 કિ.મી. હતી દક્ષિણ ભારતીય સાહિત્યમાં ઉલ્લેખ છે કે તેમાં પર્વત ને પાંખો હતી.બ્રહ્મા ભગવાન પૃથ્વીની યોજના કરતી વખતે તેઓએ પર્વત ની પાંખો કાપી નાખી જેથી પવનની ગતિ પ્રતિ કલાક 20 થી 100 કિ.મી. થઈ ગઈ.તે સમયે ગિરનારનો પર્વત દરિયામાં છુપાયેલો હતો ગિરનાર હિમાલયનો પુત્ર છે તેથી તે માતા પાર્વતીના ભાઈ થાય. માતા પાર્વતી અને શિવનો લગ્ન સમારોહ

20000 વર્ષ પહેલાં હિમાલયમાં થયો હતો.

તેની બહેનનાં લગ્ન મા હિમાલય જવા માટે ગિરનાર દરિયાની બહાર નીકળ્યો અને સમુદ્રથી માત્ર 50 કિ.મી. દૂર જમીન પર સ્થિર થયો.ગિરનાર ને હિમાલય જવા માટે કોઈ શક્ય ન થયું તેથી આગામી ત્રિપુરી પૂર્ણિમા પર માતા પાર્વતી ભગવાન શિવ સાથે ગિરનાર આવ્યા શિવ પાર્વતીના લગ્નમાં સર્વ ભગવાન ઋષિ મુનિ, નવગ્રહ અષ્ટ સિદ્ધિ નવનીધી 52 વીર 64 દેવી 11 જળદેવતા, નવનાગ, અષ્ટ વસુ, કુબેર ભંડારી તે બધા શિવ પાર્વતી સાથે 4 દિવસ ગિરનાર ની પરિક્રમા મા કરી,

તે સમય દરમિયાન બધા દેવતાઓ ગિરનારના જંગલમાં રહ્યા હતા સને ત્યાર થી આજે પણ કાર્તિક એકાદશી થી કાર્તિક પૂર્ણિમા સુધી તમામ દેવી-દેવતાઓ ગિરનાર પર્વત ના જંગલ ના માર્ગમાં રોકાણા હતા.આથી આજે પણ ગિરનાર ની લીલી પરિક્રમા ચાલુ છે સ્થાનિક પ્રશાસન ઇનામ પણ રાખે છે .

સંદર્ભ :ગુજરાતી વિશ્વકોષ ,વિકિપીડિયા , હિતુ જાદવ (અમર કથાઓ ગ્રુપ જય ગિરનાર જાન્યુઆરી ૨૦૧૦) , વિવિધ અખબારી અહેવાલ બ્લોગ , વેબસાઈટ ,વિવિધ લેખક ના લેખ.